The Giant and the Spring

English / Vietnamese

Ông Khổng Lồ Và Mùa Xuân

The Giant and the Spring

Ông Khổng Lồ Và Mùa Xuân

English/Vietnamese

Retold by Kuang-ts'ai Hao; Illustrated by Eva Wang
Vietnamese translation by Nguyễn Ngọc Ngạn
Copyright © 1994 by Grimm Press
All rights reserved
This bilingual edition is co-published & distributed exclusively
by
Pan Asian Publications (USA) Inc.
29564 Union City Blvd., Union City, California 94587 USA
Tel: (510) 475-1185 Fax: (510) 475-1489

ISBN 1-57227-011-X

Printed in Hong Kong

The Giant and the Spring

Ông Khổng Lồ Và Mùa Xuân

English / Vietnamese

Retold by Kuang-ts'ai Hao; Illustrated by Eva Wang
Vietnamese translation by Nguyễn Ngọc Ngạn

Grimm Press

It was a cold, winter night. The air was frozen in a snowy storm.

In the midst of the storm, one could see the soft light from a lonely house on top of a hill. It shone like a lighthouse in the dark sea of snow.

In this house lived Uncle Giant. He read more than anyone else, and whenever there was a problem, the villagers came to him for help.

Một đêm đông buốt giá, không gian đông lạnh trong cơn bão tuyết.

Giữa lúc giông bão như vậy, người ta vẫn có thể trông thấy chút ánh sáng mờ mờ từ căn nhà cô quạnh trên đỉnh đồi, giống như ngọn hải đăng giữa bể tuyết tối tăm.

Đó là căn nhà của bác Khổng Lồ. Bác đọc rất nhiều sách, và dân làng hễ ai có chuyện gì cần, đều đến nhờ bác giúp.

"Winter goes too slowly, and Spring comes too late..." Uncle Giant sleepily sighed as he took out a book to read.

A cold wind crept through the crack of a window and Uncle Giant shivered. Knock. Knock... Who was knocking on the window? Uncle Giant looked out, and saw something like a little bird perched upon a branch near the window.

Tối hôm đó, bác vừa lấy cuốn sách ra đọc, vừa ngái ngủ thở dài: "Mùa Đông đi quá chậm, nên mùa Xuân đến quá trễ..."

Một cơn gió lạnh lùa qua khe cửa sổ làm bác rùng mình. Bỗng có tiếng gõ cửa cộc, cộc! Bác Khổng Lồ tự hỏi: Ai gõ cửa giờ này? Bác nhìn ra và thấy hình như có con chim nhỏ đeo trên nhánh cây gần cửa sổ.

Uncle Giant walked closer to the window and rubbed his eyes. He could not believe what he saw! It was not a bird, but a little boy in a shabby cloak, trembling on the branch.

Bác bước tới gần cửa sổ và dụi mắt nhìn ra. Thật khó mà tin được! Không phải là con chim, mà là một đứa bé áo quần mong manh, đang run rẩy trên cành.

Uncle Giant quickly opened the window and took the boy down from the tree, cradling him gently. The boy shook his head and cloak, and all of a sudden, new leaves appeared on all the plants in the house!

Uncle Giant gave the boy some hot food, then took him for a hot bath. Soaking in the warm water, the boy smiled. Suddenly, all the flowers bloomed!

Oh, spring had come to the house. The little boy was Spring!

Bác vội vàng mở cửa, bế đứa nhỏ từ trên cành xuống và nhè nhẹ vỗ về nó. Đứa bé lắc đầu và rũ áo quần, lập tức bao nhiêu cây trong nhà đều đâm chồi nẩy lộc!

Bác Khổng Lồ nấu thức ăn nóng cho nó rồi đưa nó vào tắm nước ấm. Nằm ngâm mình trong bồn nước ấm, đứa bé mỉm cười. Lập tức bao nhiêu hoa trong nhà nở rộ!

Ôi! Mùa xuân đã đến với căn nhà của bác Khổng Lồ! Đứa bé ấy chính là mùa Xuân!

Uncle Giant tried to talk to Spring, but Spring only smiled. He pointed to the bookshelves, and Uncle Giant happily took a book down to read Spring a story.

When the story was finished, Spring fell asleep in Uncle Giant's arms. Looking at the sweet face, Uncle Giant felt so happy that he stayed awake the whole night.

Bác Khổng Lồ gợi chuyện, nhưng Xuân không trả lời mà chỉ mỉm cười. Nó chỉ lên kệ sách, bác vui vẻ lấy ra một cuốn, đọc chuyện cho nó nghe.

Khi câu chuyện kết thúc thì đứa bé đã ngủ yên trên cánh tay bác. Nhìn khuôn mặt phúc hậu của nó, bác cảm thấy hết sức hạnh phúc đến nỗi bác thức trắng cả đêm.

The next morning, the children in the village saw Uncle Giant's house glowing on top of the snowy hill. They ran up to see what it was.

What did they see? They saw Spring's bright light.

As the children stood amazed, they heard an angry roar...

Sáng hôm sau, trẻ con trong làng nhìn thấy căn nhà của bác Khổng Lồ tỏa sáng trên ngọn đồi tuyết phủ. Chúng rủ nhau kéo lên xem chuyện gì xẩy ra.

Chúng thấy gì? Thấy ánh sáng rực rỡ của mùa Xuân.

Giữa lúc lũ trẻ ngạc nhiên đứng ngó, thì chợt nghe một tiếng gầm giận dữ...

"What are you doing here?" shouted Uncle Giant angrily.
"This is my house! Go away, you little brats!" Uncle Giant
waved his big arms, and all the children ran away in fright.
    Bang! Bang! Uncle Giant shut all the windows tight.
    Click. Click. He also locked up Spring's cloak in a box, and
put it high on top of his bookshelf.

    Bác Khổng Lồ giận dữ quát tụi nhỏ: "Đây là nhà tao!
Đi chỗ khác chơi!" Bác vung cánh tay vạm vỡ và đám trẻ
sợ hãi bỏ chạy hết.
    Bàng bàng! Bác đóng ập các cửa sổ lại. Và bác cũng
lấy cái hộp, bỏ quần áo của thằng Xuân vào và khóa lại
rồi để trên kệ sách.

Spring knew Uncle Giant did not want him to leave, but he had to go. If not, how could the flowers bloom? The grass grow?

So, Spring had an idea. While Uncle Giant slept, he took out many books and stacked them up like a ladder. One, two, three... he would reach the box in which his cloak was kept.

Just then, Uncle Giant woke up. He took Spring down from the pile of books and hid the key to the box. Without his cloak, Spring could not leave. He was very sad.

Thằng Xuân biết bác Khổng Lồ không muốn mình bỏ đi, nhưng nó vẫn phải ra đi. Bởi nếu không thì làm sao hoa có thể nở, cỏ có thể mọc được.

Vì vậy nó nẩy ra một ý nghĩ. Nó khuân sách của bác Khổng Lồ trên kệ xuống, xếp chồng lên như một cái thang. Từng bậc, một, hai, ba, cho đến khi nó với tới cái hộp đựng bộ quần áo của nó.

Vừa lúc ấy bác Khổng Lồ thức dậy. Bác kéo thằng bé xuống và giấu luôn cái chìa khóa. Không có bộ quần áo cũ, thằng Xuân không ra đi được. Nó buồn lắm.

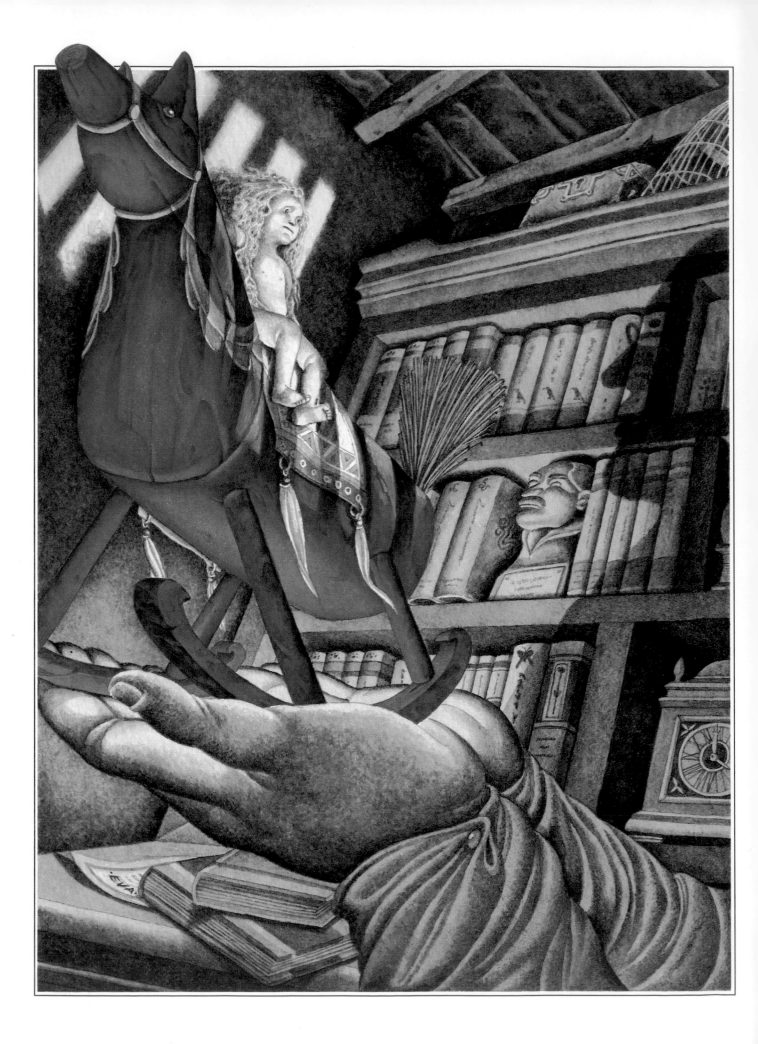

To cheer Spring up, Uncle Giant made a beautiful wooden horse for him. "All kids like toys. This horse will show Spring how much I love him," thought Uncle Giant.

But Spring did not even glance at the horse. He only stared silently out the frozen window.

Bác Khổng Lồ liền đóng cho nó một con ngựa gỗ thật đẹp, bởi bác nghĩ: "Trẻ con đứa nào mà chả thích đồ chơi. Ta cho nó con ngựa này, nó sẽ hiểu lòng ta yêu mến nó như thế nào."

Nhưng thằng Xuân chẳng thèm ngó đến con ngựa. Nó chỉ lặng yên nhìn ra khung cửa sổ phủ lớp đá đóng cứng.

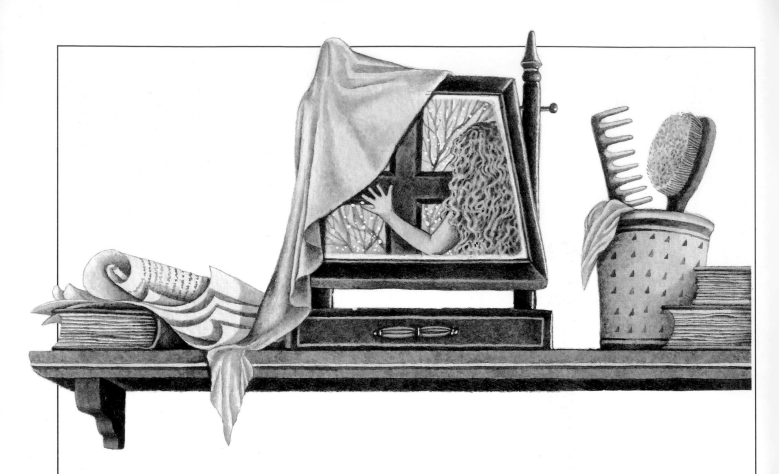

Spring spent all his time gazing unhappily out the window. Uncle Giant became unhappy, too. He said to Spring, "Do you hate me?" Spring shook his head slowly.

Uncle Giant said sadly, "I don't want to shut you in here, but if you leave me, I'll be lonely again. "

Spring said nothing, he only pointed out the window. Uncle Giant looked outside and saw the snow covered fields and houses. The villagers no longer came to visit anymore. The world was frozen and lifeless. The Giant's heavy heart sank ...

Suốt ngày thằng Xuân u sầu nhìn ra cửa sổ, khiến bác Khổng Lồ buồn lây. Bác hỏi: "Cháu ghét bác lắm phải không?" Thằng bé lắc đầu.

Bác buồn bã nói: "Bác đâu có muốn nhốt cháu trong căn nhà này làm gì. Nhưng nếu cháu bỏ đi, bác lại sẽ cô đơn. Có cháu bên cạnh, bác mừng lắm."

Thằng Xuân không nói gì, chỉ chỉ tay ra cửa sổ. Bác Khổng Lồ nhìn ra thì thấy tuyết đã phủ kín cánh đồng và nhà cửa. Dân làng chẳng còn ai đi lại thăm nhau nữa. Toàn thể cảnh vật đều đông cứng và không còn sức sống, làm trái tim bác cũng cảm thấy chùng xuống...

The Giant turned around, and as he looked into Spring's sad face he heard a voice from deep inside him say, "You've kept Spring to yourself and left the world cold. You are tall, but your heart is small. Return Spring to the world, and fill your heart with love!"

Uncle Giant rushed to the bookshelf, took down the box, and carefully removed Spring's cloak. He patched up the holes in the cloak and put it on Spring.

Bác quay lại, nhìn khuôn mặt sầu não của thằng Xuân và chợt nghe như có tiếng nói từ thâm sâu rằng: "Sao ông nỡ giữ riêng mùa Xuân cho ông, để mặc toàn cõi thế gian lạnh giá! Thân hình ông to lớn, nhưng trái tim ông thật là bé nhỏ. Hãy trả lại mùa xuân cho thế gian và mở rộng tình yêu cho muôn loài!"

Bác Khổng Lồ vội chạy lại kệ sách, lấy cái hộp xuống và lôi bộ quần áo của thằng Xuân ra. Bác vá lại những chỗ rách rồi mặc vào cho nó.

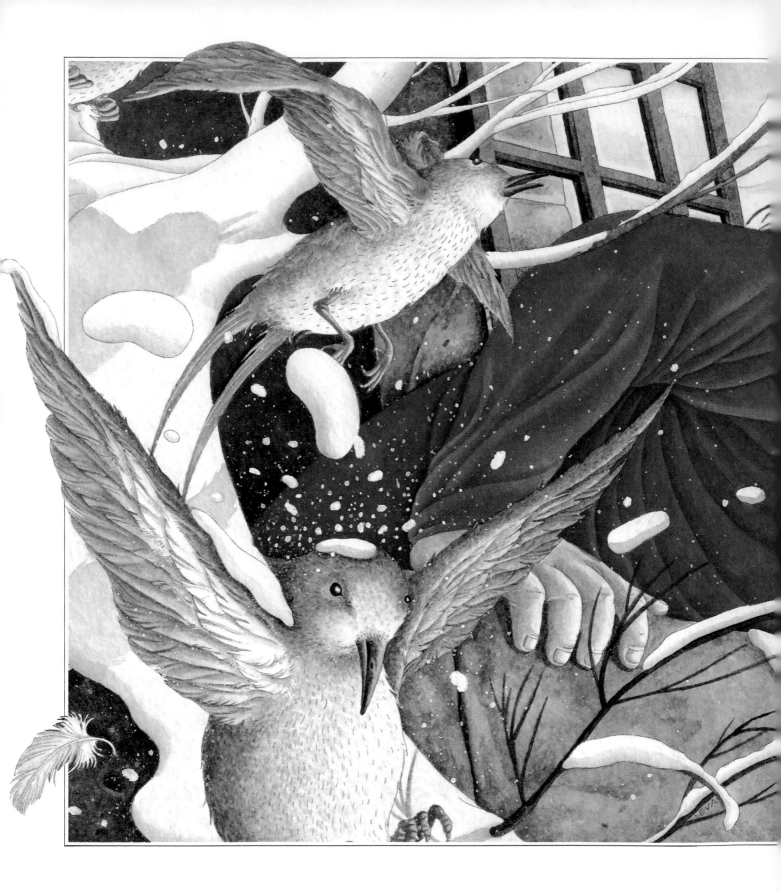

Uncle Giant opened the window. Spring smiled as if he was saying, "Goodbye, my friend. I'll be back."

The snow stopped. The warm light of the rising sun shone on Spring's cloak, and upon his face and eyes.

Rồi bác mở cửa sổ. Thằng bé mỉm cười như thầm nói: "Xin cám ơn. Tôi sẽ quay lại."

Tuyết thôi rơi. Ánh sáng mặt trời hừng đông rọi xuống trên áo quần thằng Xuân, trên mặt và trong ánh mắt nó.

Look! Spring is back in the world.

Hãy nhìn xem! Mùa Xuân đang trở về với muôn loài.

Since then, Spring comes back once a year to visit Uncle
Giant. And together, they enjoy a beautiful, warm season.

Từ đó, cứ mỗi năm, Xuân lại trở về thăm bác Khổng
Lồ một lần. Cùng với nhau, họ vui hưởng một mùa tươi
đẹp, ấm áp.

About the Author and the Illustrator

Hao, Kuang-ts'ai (Author)

Hao Kuang-ts'ai is a rare talent in Chinese children's literature. In addition to editing, writing, and illustrating, he is also skilled in layout and design. With his talented artistry, strong intellect and childlike playfulness, he has produced a series of superb books.

Hao understands children. His stories are fluid and relaxing when read aloud and can be easily recited by children who enjoy the aesthetics of language and sound.

Hao Kuang-ts'ai was born in 1961 in Taipei, Taiwan. He graduated from the Law School at National Chengchi University before becoming an author of children's books. His book Wake Up, Emperor! won a top prize for children's literature and his other works also enjoy high acclaim.

Wang, Eva (Illustrator)

Eva Wang is a prominent figure among China's new generation of children's illustrators. She was born in Penghu, Taiwan in 1964.

Miss Wang's special talent first enjoyed international recognition in 1991. Her work, The Lazy Man Becomes a Monkey, won the first prize in the "First Biannual Asian Exhibition of Children's Book Illustrations", and her work in Seven Magic Brothers was shown at the "International Exhibition of Children's Book Illustrations in Bologna." Experts on children's literature worldwide highly praised this new illustrator from the Far East.

Before she began to earn her international reputation, Miss Wang had built a name for herself in Taiwan. She has become known for the richness and precision of her drawing and for her tireless attention to detail. She is one of those rare illustrators whose works can be appreciated from many perspectives.

Miss Wang's work demonstrates startling imagination and an abundance of child-like delight. Her drawings take children on a journey to a world full of love and beauty, a world from which they are reluctant to leave.